DEDICATED TO MY
BEAUTIFUL FAMILY AND FRIENDS

English: "Hello! My name is Linh. I live in Vietnam, a beautiful country full of wonders. Let's explore some magical places together!"

Let's Practice saying "Explore" in Vietnamese!
Khám phá [kham pah]

Vietnamese: "Xin chào! Tên tôi là Linh. Tôi sống ở Việt Nam, một đất nước tuyệt đẹp đầy kỳ quan. Hãy cùng nhau khám phá một số nơi thần tiên!"

Hãy cùng Luyện nói "Khám phá" bằng tiếng anh nhé! Explore [eks-plohr]

SCAN TO

LISTEN ALONG

English: "First, we visit Ha Long Bay, where the water is as blue as the sky. The limestone mountains look like dragons sleeping in the sea!"
Let's Practice saying "Mountains" in Vietnamese! Núi [noo-ee]

Vietnamese: "Đầu tiên, chúng ta đến Vịnh Hạ Long, nơi mà nước biển xanh như bầu trời. Những ngọn núi đá vôi trông như những con rồng đang ngủ trong biển!"

Hãy cùng Luyện nói "Núi" bằng tiếng anh nhé! Mountains [moun-tinz]

SCAN TO

LISTEN ALONG

English: "Next, we explore Hanoi's Old Quarter. We can taste delicious street food and see old, colorful houses!"

Let's Practice saying "Food" in Vietnamese! Đồ ăn [daw an]

Vietnamese: "Tiếp theo, chúng ta khám phá Phố Cổ Hà Nội. Chúng ta có thể thưởng thức đồ ăn đường phố ngon và xem những ngôi nhà cũ, đầy màu sắc!"

Hãy cùng Luyện nói "Đồ ăn" bằng tiếng anh nhé! Food [food]

SCAN TO

LISTEN ALONG

English: "In Da Nang, we see the Dragon Bridge breathe fire at night. It's like a real dragon!"
Let's Practice saying "Dragon" in Vietnamese! Rồng [rawng]

Vietnamese: "Ở Đà Nẵng, chúng ta xem Cầu Rồng phun lửa vào ban đêm. Nó giống như một con rồng thật sự!"

Hãy cùng Luyện nói "Rồng" bằng tiếng anh nhé! Dragon [dra-guhn]

SCAN TO

LISTEN ALONG

English: "Hoi An is an ancient town with lanterns that light up the night. It's like walking through a fairy tale!"

Let's Practice saying "Lanterns" in Vietnamese! Đèn lồng [den lawng]

Vietnamese: "Hội An là một thị trấn cổ với những chiếc đèn lồng chiếu sáng bầu trời đêm. Cảm giác như đang đi trong một câu chuyện cổ tích!"

Hãy cùng Luyện nói "Đèn lồng" bằng tiếng anh nhé! Lanterns [lan-turns]

SCAN TO

LISTEN ALONG

English: "In the Mekong Delta, we visit a floating market. People sell fruits and vegetables on boats. It's so colorful!"

Let's practice saying "Market" in Vietnamese! Chợ [chaw]

Vietnamese: "Ở Đồng bằng sông Cửu Long, chúng ta thăm một chợ nổi. Mọi người bán hoa quả và rau củ trên thuyền. Rất là đầy màu sắc!"

Hãy cùng Luyện nói "Chợ" bằng tiếng anh nhé! Market [mar-kit]

SCAN TO

LISTEN ALONG

English: "Mui Ne has amazing sand dunes. We can slide down them on boards, just like surfing on sand!"

Let's Practice saying "Sand" in Vietnamese!
Cát [kat]

Vietnamese: "Mũi Né có những đụn cát tuyệt vời. Chúng ta có thể trượt xuống chúng trên các tấm ván, giống như lướt sóng trên cát!"

Hãy cùng Luyện nói "Cát" bằng tiếng anh nhé!
Sand [sand]

SCAN TO

LISTEN ALONG

English: "In Hue, we explore the Imperial City, where kings and queens used to live. It's like a palace from a storybook!"

Let's Practice saying "Palace" in Vietnamese! Lâu đài [low dye]

Vietnamese: "Ở Huế, chúng ta khám phá Hoàng Thành, nơi mà các vua chúa từng sống. Nó giống như một lâu đài từ quyển sách cổ tích!"

Hãy cùng Luyện nói "Lâu đài" bằng tiếng anh nhé! Palace [pal-iss]

SCAN TO

LISTEN ALONG

English: "Phong Nha has giant caves that we can explore. Inside, it's like a different world with rivers and stalactites!"

Let's practice saying "Caves" in Vietnamese! Hang động [hahng yawng]

Vietnamese: "Phong Nha có những hang động khổng lồ mà chúng ta có thể khám phá. Bên trong, nó như một thế giới khác với sông ngòi và nhũ đá!"

Hãy cùng Luyện nói "Hang động" bằng tiếng anh nhé! Caves [kayvs]

SCAN TO

LISTEN ALONG

English: "Vietnam is full of amazing places, and I'm so happy to have shown them to you. Let's keep exploring together!"

Let's Practice saying "Together" in Vietnamese! Cùng nhau [koom nyow]

Vietnamese: "Việt Nam đầy ắp những nơi tuyệt vời, và tôi rất vui khi đã giới thiệu chúng cho bạn. Hãy tiếp tục khám phá cùng nhau!"

Hãy cùng Luyện nói "Cùng nhau" bằng tiếng anh nhé! Together [tuh-geh-ther]

SCAN TO

LISTEN ALONG

The End

LISTEN AND PRONOUNCE !

SCAN ME

LINH'S COLORING BOOK!

Animals of Vietnam!

Let's Color: Gaur!

See it
for real!

Let's Color:
Vietnamese Salamander!

See it
for real!

Let's Color:
Annamite Striped Rabbit!

See it
for real!

Let's Color:
Vietnamese Pond Turtle!

See it
for real!

Let's Color: Edwards's Pheasant!

See it for real!

Let's Color: Owston's Civet!

See it for real!

Let's Color:
Hoan Kiem Turtle !

Let's Color:
Vietnamese Mossy Frog!

Let's Color:
Tonkin Snub-Nosed Monkey!

See it
for real!

Linh's

HO CHI MINH CITY ADVENTURE

Sari Dewi Kusuma

Made in the USA
Las Vegas, NV
08 December 2024